Printed in the United States of America

ISBN-13: 978-1544036502

My Adventures in

National Parks

This Book Belongs To

____

Date: ____________________

Location: ______________________________

Date: ____________________

Location: ______________________________

Date: ____________________

Location: ____________________

Date: ____________________

Location: ______________________________

Date: ____________________

Location: ______________________________

Date: ____________________

Location: ______________________________

Date: ____________________

Location: ______________________________

Date: ____________________

Location: ______________________________

Date: ____________________

Location: ______________________________

Date: __________________

Location: ____________________________

Date: ____________________

Location: ______________________________

Date: ____________________

Location: ______________________________

Date: ____________________

Location: ______________________________

Date: ____________________

Location: ____________________________

Date: ____________________

Location: ____________________________

Date: ____________________

Location: ______________________________

Date: ____________________

Location: ______________________________

Date: ____________________

Location: ____________________

Date: ____________________

Location: ______________________________

Date:

Location:

Date: ____________________

Location: ______________________________

Date: ____________________

Location: ______________________________

Date: ____________________

Location: ______________________________

Date: ____________________

Location: ____________________________

Date: ____________________

Location: ______________________________

Date: ________________

Location: ____________________

Date: ____________________

Location: ______________________________

Date: ____________________

Location: ______________________________

Date: ____________________

Location: ______________________________

Date: ____________________

Location: ______________________________

Date: ____________________

Location: ______________________________

Date: ____________________

Location: ______________________________

Date: ____________________

Location: ____________________________

Date: ____________________

Location: ______________________________

Date: ____________________

Location: ______________________________

Date: ____________________

Location: ______________________________

Date: ____________________

Location: ____________________________

Date: ____________________

Location: ______________________________

Date: ____________________

Location: ______________________________

Date: ____________________

Location: ______________________________

Date: ____________________

Location: ______________________________

Date: ____________________

Location: ______________________________

Date: ____________________

Location: ______________________________

Date: ____________________

Location: ____________________________

Date: ____________________

Location: ______________________________

Date: ____________________

Location: ______________________________

Date: ____________________

Location: ______________________________

Date: ____________________

Location: ______________________________

Made in the USA
Coppell, TX
30 June 2022

79444509R00056